દુનિયા ના અજીબ રહસ્ય

મિહિર જાગૃતિ વોરા

Made with ♥ on the Notion Press Platform
www.notionpress.com

આ પુસ્તક હું મારા માતા પિતા , મોટા ભાઈ ભાભી અને નાની પ્રિય ભત્રીજી ને અર્પણ કરું છું .

સામગ્રી

પ્રસ્તાવના

મિત્રો આ પુસ્તક માં મેં ઈન્ટરનેટ અને વિકિપીડિયા અને વિવિધ અખબારી અહેવાલ માંથી અમુક દુનિયાના વણઉકેલ્યા રહસ્યો વિશે સીધી માત્ર માહિતી આપી છે આમાં એક પણ શબ્દ મારો નથી જેની નોંધ લેજો , આ સીધી માહિતી સાચી છે કે ખોટી તેની તપાસ કરજો અને પછી જ વાસ્તવિકતા સ્વીકારજો .આ તો માત્ર ઈન્ટરનેટ દુનિયામાંથી સીધી લીધેલી માહિતી છે જે સાચી કે ખોટી છે તેનું કોઈ પણ જાતનું સમર્થન આ પુસ્તક કે લેખક કરતા નથી જેની નોંધ લેજો .

સ્વીકૃતિઓ

આ પુસ્તક માટે મેં વિવિધ લેખ આધારિત માહિતી વિકિપીડિયા ,લેખ ને લાગતા આવેલા વિવિધ અખબારી અહેવાલ અને જે તે લેખક ના લેખ ના સંદર્ભો નો સહારો લીધો છે તે સૌ નો હું આભાર માનું છું .

અનુક્રમણિકા

૧

અહીં પક્ષીઓ કરે છે આત્મહત્યા

આસામના દિમા હાસો જિલ્લામાં સ્થિત જાતિંગા વૈલીમાં સપ્ટેમ્બર અને ડિસેમ્બર મહિના વચ્ચે એક ખતરનાક નજારો જોવા મળે છે. જેમાં ચારે બાજુ મૃત પક્ષીઓના શરીર પડેલા જોવા મળે છે.

પશુ અને પક્ષીઓમાં માણસો જેવી ઘણી આદતો હોય છે. ખુશી, ગુસ્સો, દુખ, રમત, મજાક-મસ્તી પશુ અને પક્ષીઓમાં પણ જોવા મળે છે. પણ તમે ક્યારેક સાંભળ્યુ છે કે તેઓ માણસોની જેમ આત્મહત્યા પણ કરે છે.

આપણા ભારતમાં એક એવું ગામ છે જેને 'પક્ષીઓનું સુસાઈડ પોઈન્ટ' કહેવામાં આવે છે. આ વાત વાંચીને તમને તેના પર વિશ્વાસ નહીં થાય પણ આ વાત તદ્દન સાચી છે.

ઘણી વિશેષતાઓ સાથે આ રાજ્યની ઘણી વસ્તુઓ પણ ખૂબ રહસ્યમય છે. તમને જાણીને નવાઈ લાગશે કે આસામમાં એક એવી જગ્યા છે, જ્યાં હજારો પક્ષીઓ આત્મહત્યા કરે છે.

વાસ્તવમાં, આસામના દિમા હાસો જિલ્લાની પહાડીઓમાં સ્થિત જાતિંગા વેલી પક્ષીઓના આત્મઘાતી સ્થળ તરીકે ખૂબ પ્રખ્યાત છે. દર વર્ષે સપ્ટેમ્બર મહિનામાં જાતિંગા ગામ પક્ષીઓની આત્મહત્યાના કારણે ચર્ચામાં આવે છે. સ્થાનિક પક્ષીઓ જ નહીં પણ દુરથી આવતા પ્રવાસી પક્ષીઓ પણ આ સ્થળે પહોંચીને આત્મહત્યા કરે છે. આ કારણે જાતિંગા ગામ એકદમ રહસ્યમય માનવામાં આવે છે.

આત્મહત્યા કરવાની વૃત્તિ માણસોમાં સામાન્ય છે, પરંતુ પક્ષીઓના કિસ્સામાં તે સંપૂર્ણપણે અલગ છે. જાતિંગા ગામમાં પક્ષીઓ ઝડપથી ઉડે છે અને મકાન

અથવા ઝાડ સાથે અથડાય છે, જેના કારણે તેઓ મૃત્યુ પામે છે. આવું થોડા નહીં પણ હજારો પક્ષીઓ સાથે થાય છે. સૌથી નવાઈની વાત એ છે કે આ પક્ષીઓ સાંજે 7 થી 10 વાગ્યાની વચ્ચે જ આવું કરે છે, જ્યારે સામાન્ય ઋતુમાં આ પક્ષીઓ દિવસ દરમિયાન બહાર આવે છે અને રાત્રે માળામાં પાછા ફરે છે.

આ આત્મહત્યાની રેસમાં સ્થાનિય અને બહારથી આવતા પ્રવાસી પક્ષીઓની લગભગ 40 પ્રજાતિઓ સામેલ છે. કુદરતી કારણોસર જાતિંગા ગામ નવ મહિના સુધી બહારની દુનિયાથી અલગું રહે છે. આટલું જ નહીં, રાતના સમયે જાતિંગા ઘાટીમાં પ્રવેશવાની મનાઈ છે. પક્ષી વિશેષજ્ઞો માને છે કે આ રહસ્યમય ઘટનાનું કારણ ચુંબકીય તાકત હોઈ શકે છે.

ભીના અને ધુમ્મસવાળા વાતાવરણમાં, પવન ઝડપથી ફૂંકાય છે, તેથી રાત્રિના અંધારામાં, પક્ષીઓ લાઇટની આસપાસ ઉડવા લાગે છે. ઓછી રોશનીને કારણે તેઓ સ્પષ્ટ જોઈ શકતા નથી, જેના કારણે તેઓ કોઈપણ ઈમારત કે વૃક્ષ કે વાહનો સાથે અથડાય છે. આવી સ્થિતિમાં લાઇટ ન રહે તે માટે સાંજના સમયે જાતિંગા ગામમાં ટ્રેન ચલાવવાની મનાઈ ફરમાવવામાં આવી હતી. જોકે તેમ છતાં પક્ષીઓના મોતનો સિલસિલો ચાલુ રહ્યો હતો.

જાતિંગા ગામના લોકો તેની પાછળ એક રહસ્યમય શક્તિ માને છે. ગામના લોકો કહે છે કે પવનમાં કોઈ અલૌકિક શક્તિ આવે છે, જેના કારણે પક્ષીઓ આવું કરે છે. તેઓ એવું પણ માને છે કે આ સમયગાળા દરમિયાન માનવ વસ્તીનું બહાર આવવું જોખમી બની શકે છે. સપ્ટેમ્બર-ઓક્ટોબર દરમિયાન જાતિંગાના રસ્તાઓ સાંજ પડતાં સાવ સુમસાન થઈ જાય છે.

અહેવાલ મુજબ, પક્ષીઓની આત્મહત્યાની પ્રક્રિયા વર્ષ 1910 થી ચાલી રહી છે, પરંતુ બહારની દુનિયાને આ વિશે 1957 માં જાણ થઈ. વર્ષ 1957માં પક્ષીવિજ્ઞાની ઈ.પી. જી કોઈ કામ અર્થે જાતિંગા આવ્યા હતા. આ દરમિયાન તેમણે પોતે આ ઘટના જોઈ હતી અને તેના પુસ્તક 'ધ વાઈલ્ડલાઈફ ઓફ ઈન્ડિયા'માં તેનો ઉલ્લેખ કર્યો હતો. દેશ-વિદેશના ઘણા વૈજ્ઞાનિકોએ આ ઘટના પર સંશોધન કર્યું છે, પરંતુ હજુ સુધી તેનું ચોક્કસ કારણ જાણી શકાયું નથી.

સંદર્ભ :ઈન્ટરનેટ અને વિકિપીડિયા અને વિવિધ અખબારી અહેવાલ

2

ભારતના ખુબજ રહસ્યમય છે આ સ્મારકો

ભારત દેશ માં આવેલ આ સ્મારકો ખુબજ રહસ્યમય છે. તેની પાછળ નું રહસ્ય તમને હેરાન કરી દે તેવું છે. ત્યારે આજે આપણે આ વિશે વિગતે જાણીએ.

વિક્ટોરિયા મહેલ, આગ્રાનો કિલ્લો, લેપાક્ષી મંદિર જેવા દેશના કેટલાક પ્રસિદ્ધ સ્મારકોના નામ તો તમે સાંભળ્યા જ હશે પરંતુ તેના જોડાયેલ એવી બાબતો ખબર છે જે જાણીને આધુનિક વિજ્ઞાન પણ આજે હજુ આશ્ચર્ય અનુભવી રહ્યું છે.

લેપાક્ષી મંદિર, લેપાક્ષી મંદિરમાં આવેલ સ્તમ્ભ જમીનથી અદ્ધર હવામાં તરે છે. આ મંદિરનું નિર્માણ એ રીતે કરવામાં આવ્યું છે કે તેના સ્તમ્ભ નીચે જમીનને અડતા નથી ખૂબ વજનદાર આ સ્તમ્ભ સદીઓથી આ જ રીતે હવામાં તરતા રહે છે.

આગ્રાનો કિલ્લો, આ કિલ્લામાં આજે પણ એવા ગુપ્ત સ્થાનો છે જ્યાં મુગલ અને તેમની પહેલાના રાજાઓએ ખજાનો છુપાવ્યો છે. જોકે આ ખજાનાને હજુ સુધી કોઈ શોધી શક્યુ નથી.

મૈસૂર મહેલ, પાછલા 50-100 નહીં પણ પૂરા 400 વર્ષથી આ મહેલને શાપિત માનવામાં આવે છે. અહીં રાજ પરિવારનું માનવું છે કે આ મહેલ કોઈ શ્રાપથી ગ્રસિત છે માટે જ અહીં રહેવાથી રાજ પરિવારમાં કોઈ પુત્ર સંતાન તરીકે જન્મ લેતો નથી.

વિક્ટોરિયા મહેલ, વિક્ટોરિયા મેમોરિયલ બનાવીને બ્રિટિશર્સ એવું સાબિત કરવા માગતા હતા કે તેઓ શાહજહાંના તાજમહેલ કરતા પણ સુંદર સ્મારક બનાવી શકે છે. જોકે ઘણા પ્રયાસ પછી પણ વિક્ટોરિયા મહેલ તાજમહેલ જેવો

સુંદર બની શક્યો નહીં. પરંતુ આજે પણ આ બિલ્ડિંગ ખૂબ ભવ્ય છે.

ફતેહપુર સિકરી, ફતેહપુર સિકરી એવું વિચારની બનાવવામાં આવ્યો હતો કે અહીં દિલ્હી સુલ્તાનની રાણીઓ આરામથી કોઈપણ જાતની પાબંદી વગર રહી શકશે.પરંતુ આ સુંદર જગ્યાની વિડંબણા તો એ જ રહી કે તેને ધીમે ધીમે અનેક કિલ્લામાં ફેરવી નાખવામાં આવ્યો.

ગોળ ગુંબજ, ગોળ ગુંબજ ભારતના કર્ણાટકમાં બીજાપુર શહેરમાં આવેલ છે. આ એક માત્ર એવો મકબરો છે જેની દિવાલો મજબૂત નહીં પણ પોલી છે. તેમ છતા પોલી દીવાલ પર હજારો કિલોનો ગુંબજ ઉભો છે.

બલુંદ દરવાજા, બુલંદ દરવાજામાં એક ગુપ્ત સુરંગ છે જે છેટ લાલ કિલ્લામાં જઈને ખુલે છે જ્યારે તેનો બીજો એક છેડો દૂર કોઈ સુરક્ષિત ઘરમાં ખુલે છે.

ચાર મિનાર, હૈદરાબાદના ચાર મિનારની સુરંગોમાં નિઝામનો ખજાનો છુપાયેલ હોવાનું અનેકવાર કહેવામાં આવ્યું છે. જોકે હજુ સુધી પુરાતત્વવિદોને આવો કોઈ ખજાનો નથી મળ્યો.

મત્તાનચેરી મહેલ, આ મહેલમાં જમીન ઈંડાની સફેદી, ગોળ અને છાસથી બનેલી છે. સમગ્ર દુનિયામાં આ પ્રકારની લાદી હોય તેવું એક માત્ર સ્થળ છે. જોકે તેમ છતા અત્યાર સુધી અહીં કોઈ પ્રકારનો સડો જોવા મળતો નથી જે સામાન્ય ફુડ આઇટમમાં જોવા મળે છે.

સંદર્ભ :ઈન્ટરનેટ અને વિકિપીડિયા અને વિવિધ અખબારી અહેવાલ

3

દુનિયાનું સૌથી અજીબ અને રહસ્યમય જંગલ

દુનિયામાં અગણિત રહસ્યો છે જેમાંથી કેટલાક રહસ્યો વિશે તો માણસ જાણતો પણ નથી. તેવું જ એક ખતરનાક જંગલ છે જ્યાં જતાં જ માણસ આત્મહત્યા કરી લે છે.દુનિયાનું સૌથી અજીબ અને રહસ્યમય જંગલ છે.દુનિયાનું પોપ્યુલર સુસાઇડ પોઇન્ટ છે આ ફોરેસ્ટ .ભૂત આત્મહત્યા કરવા માટે મજબૂર કરે છે

આ રહસ્યમયી જંગલનું નામ ઓકિગહરા છે જે જપાનમાં આવેલું છે. આ જંગલને લઇને કહેવામાં આવે છે તે અહી આવ્યા બાદ લોકો આત્મહત્યા કરી લેતા હોય છે. માટે આ જંગલનું નામ સુસાઇડ ફોરેસ્ટ આપવામાં આવ્યું છે.

લીલુંછમ અને સુંદર દેખાતું જંગલ આખી દુનિયામાં ભયાનક કિસ્સાઓ માટે જાણીતું છે. તેને વિશ્વના સૌથી ફેમસ સુસાઇડ સ્પોટમાં બીજા નંબરે મૂકવામાં આવ્યું છે (ગોલ્ડન ગેટ નંબર વન પર છે). ટોક્યોથી આ રહસ્યમય જંગલનું અંતર બે કલાકથી પણ ઓછું છે. આ જંગલનું રહસ્ય એટલું ભયાનક છે કે અહીંયા સેંકડો લોકો આવીને આત્મહત્યા કરી ચૂક્યા છે. આ જંગલ ભૂતિયા જંગલ તરીકે ઓળખાય છે.

જાપાનના લોકોનું માનવું છે કે આ જંગલમાં ભૂતનો વાસ છે. એ જ ભૂત લોકોને આત્મહત્યા કરવા મજબૂર કરે છે. આ જંગલમાં પ્રવેશતાની સાથે જ તમને ચેતવણી વાંચવા મળશે. જેમ કે, તમારા બાળકો અને પરિવાર વિશે કાળજીપૂર્વક વિચારો.

તમારું જીવન તમારા માતા-પિતા દ્વારા આપવામાં આવેલી અમૂલ્ય ભેટ છેએકવાર હારી ગયા પછી બહાર નીકળવું મુશ્કેલ છે.

આ જંગલ માઉન્ટ ફુજીના ઉત્તર પશ્ચિમમાં આવેલું છે. તે 35 ચોરસ કિલોમીટરના

વિશાળ વિસ્તારમાં ફેલાયેલો છે. આ જંગલ એટલું ગાઢ છે કે તેને 'વૃક્ષોનો સમુદ્ર' કહેવામાં આવે છે. જો તમે આ ગાઢ જંગલમાં એકવાર ખોવાઈ જાઓ તો અહીંથી બહાર આવવું લગભગ અશક્ય છે. સત્તાવાર રેકોર્ડ મુજબ, 2003 થી અત્યાર સુધી આ જંગલમાંથી 105 થી વધુ લોકોના મૃતદેહ મળી આવ્યા છે. આમાંના મોટાભાગના મૃતદેહો ખરાબ રીતે સડી ગયા હતા, જ્યારે કેટલાકને જંગલી પ્રાણીઓ ખાઈ ગયા હતા.

સંદર્ભ :ઈન્ટરનેટ અને વિકિપીડિયા અને વિવિધ અખબારી અહેવાલ

4

એવું ગામ જ્યાં ચાલતા-ચાલતા અચાનક સુઇ જાય છે લોકો

દુનિયામાં ઘણી એવી વિચિત્ર જગ્યાઓ છે, જેના વિશે સાંભળીને આશ્ચર્ય થાય છે. આજે અમે તમને એવા જ એક ગામ વિશે જણાવવા જઈ રહ્યા છીએ, જ્યાં લોકો ગમે ત્યારે સૂઈ જાય છે. અહીં રહેતા લોકો ઘણા મહિનાઓ સુધી સૂતા રહે છે. આ વાત સાંભળવામાં અજીબ લાગશે પરંતુ આ બિલકુલ સત્ય છે.

આ વિચિત્ર ગામનું નામ છે કલાચી. આ ગામ કઝાકિસ્તાનમાં આવેલું છે. આ ગામના લોકો ઘણા મહિનાઓ સુધી સૂતા રહે છે. આ કારણે આ ગામને સ્લીપી હોલો વિલેજ પણ કહેવામાં આવે છે. અહીં લોકો ઘણીવાર સૂતા જોવા મળતા હતા. આ કારણથી આ લોકો પર ઘણા સંશોધનો પણ કરવામાં આવ્યા છે.

આ ગામમાં અચાનક સુઇ જવાનો પહેલો કિસ્સો વર્ષ 2010માં સામે આવ્યો હતો. કેટલાક બાળકો અચાનક શાળામાં પડી ગયા અને ઊંઘવા લાગ્યા. ધીરે ધીરે તે આખા ગામમાં રોગની જેમ ફેલાઈ ગયો. ત્યારથી, ઘણા વૈજ્ઞાનિકોએ અહીં સંશોધન કરવાનું શરૂ કર્યું. પરંતુ તમામ પ્રયાસો છતાં વૈજ્ઞાનિકો આ રહસ્યને સંપૂર્ણ રીતે ઉકેલી શક્યા નથી. એક રિપોર્ટ અનુસાર, આ બીમારી વર્ષ 2015માં અચાનક જ ખતમ થઈ ગઈ હતી.

કાલાંચી ગામમાં લોકોને અચાનક ઉંઘ આવવા પાછળ એવું માનવામાં આવે છે કે અહીં યુરેનિયમનો ઝેરી ગેસ નીકળે છે. આ કારણે અહીંના લોકોમાં ઉંઘની અનોખી સમસ્યા જોવા મળે છે. ઝેરી ગેસના કારણે અહીંનું પાણી પણ દ્રષિત બન્યું છે. તે જ સમયે, વૈજ્ઞાનિકો અહીં વિશે કહે છે કે અહીંના પાણીમાં કાર્બન મોનોક્સાઇડ ગેસ છે, જેના કારણે અહીંના લોકો મહિનાઓ સુધી સૂતા રહે છે.

સંદર્ભ :ઈન્ટરનેટ અને વિકિપીડિયા અને વિવિધ અખબારી અહેવાલ

5

જમીન થી ૩૦૦૦ ફૂટ નીચે આવેલું છે આ રહસ્યમય ગામ

વિશ્વમાં આવા ઘણા સ્થળો છે, જે વિજ્ઞાન માટે પણ અજાયબીઓ છે. આવું જ એક સ્થળ મધ્યપ્રદેશના છિંદવાડા જિલ્લામાં છે. આ સ્થળ પાતાલકોટ તરીકે ઓળખાય છે. લગભગ 89 ચોરસ કિલોમીટરના વિસ્તારમાં ફેલાયેલી આ એક ખીણ છે, જે સદીઓથી બહારની દુનિયા માટે અજાણી અને અસ્પૃશ્ય રહી છે. પાતાલકોટમાં 12 ગામો છે. આ ગામો જમીનથી 1700 ફૂટ નીચે આવેલા છે.

બહારની દુનિયા લાંબા સમયથી પાતાલકોટના લોકો સાથે સંપર્કમાં નથી, આમાંથી ઘણા ગામો એવા છે, જ્યાં આજે પણ પહોંચવું ખૂબ જ મુશ્કેલ છે. જમીનથી ખૂબ નીચું અને વિશાળ ટેકરીઓથી ઘેરાયેલું હોવાથી, સૂર્યપ્રકાશ પણ તેના ઘણા ભાગોમાં મોડો અને ઓછો પહોંચે છે

ચોમાસામાં, વાદળો સમગ્ર ખીણને ઢાકી દે છે અને વાદળો અહીં તરતા જોવા મળે છે. તેમને જોઈને એવું લાગે છે કે જાણે પૃથ્વીની અંદર એક અલગ જ દુનિયા છે. સાતપુરાના ડુંગરોમાં વસેલા આ ગામો ભલે જાદુની અનુભૂતિ આપે, પરંતુ અહીં રહેતા લોકો ફક્ત આપણા અને તમારા જેવા જ મનુષ્ય છે.

પાતાલકોટ વિશે એક પૌરાણિક માન્યતા છે કે ભગવાન શિવની પૂજા કર્યા બાદ રાવણનો પુત્ર મેઘનાથ આ સ્થળેથી પાતાલ ગયો હતો. આ કારણે, આ સ્થળ વિશે એવું કહેવામાં આવે છે કે તે પાતાલ નો જવાનો દરવાજો છે.

અહીંના લોકો ભરિયા અને ગોંડ આદિવાસી સમુદાયના છે, જેઓ હજુ પણ પ્રકૃતિ સાથે સંપૂર્ણ રીતે જોડાયેલા છે. પાતાલકોટ વિશે ઘણી દંતકથાઓ હોઈ શકે છે, પરંતુ અહીં સમસ્યાઓ વાસ્તવિક છે. અહીં ઘણી વિકાસ યોજનાઓ ચાલી રહી છે, પરંતુ તેનો લાભ મોટાભાગના લોકો સુધી પહોંચ્યો નથી. અહીં પ્રથમ આંગણવાડી કેન્દ્ર 2007 માં ખોલવામાં આવ્યું હતું.

પાતાલકોટના ગાલદુબ્બા ગામ સુધીના પાકા રસ્તાને કારણે અહીં પહોંચવું સહેલું છે, પરંતુ બાકીનો વિસ્તાર હજુ પણ કપાઈ ગયો છે. એ જ રીતે, તેમની ખેતી પરંપરાગત અને નવી પદ્ધતિઓ વચ્ચે મૂંઝવણમાં રહી છે. અહીંના લોકોએ તેમના અગાઉના પાકમાંથી લગભગ હાથ ધોયા છે.

સંદર્ભ :ઈન્ટરનેટ અને વિક્કિપીડિયા અને વિવિધ અખબારી અહેવાલ

6

એક ટ્રેન જે 100 યાત્રીઓ સહિત સુરંગમાં ગાયબ જ થઈ ગઈ

સમગ્ર વિશ્વમાં રેલ્વેની મદદથી અવરજવર કરવાનું સરળ બન્યું છે. પરંતુ ક્યારેક ક્યારેક એવી ઘટનાઓ સર્જાય છે, જે એક પ્રકારે રહસ્ય બની રહી જાય છે. અનેક રેલ્વે સ્ટેશનો પર પરલૌકિક તાકતો રહેલી હોય છે તેવું માનવામાં આવે છે. ઈટલીની એક ટ્રેનનું રહસ્ય ખૂબ જ અજીબ છે. વર્ષ 1911માં જેનેટી (Zanetti) નામની કંપનીની ટ્રેન નક્કી કરેલ સ્થાન પર પહોંચવાની જગ્યાએ એક સુરંગમાં ગાયબ થઈ ગઈ. આ ટ્રેનમાં 100થી વધુ યાત્રીઓ હતા. ત્યારબાદ ટ્રેન અનેક જગ્યાએ દેખાતી હોવાનો દાવો કરવામાં આવ્યો. આ ઘટનાનું રહસ્ય હજુ સુધી જાણી શકાયું નથી.

જૂન 1911થી આ વાતની શરુઆત થાય છે. જૂન 1911માં એક ઈટાલિયન રેલ્વે કંપની Zanettiએ ટ્રેનના નવો મોડેલ માટે ફ્રી રાઈડની સુવિધાનું એલાન કર્યું હતું. આ ટ્રેનમાં 100 યાત્રીઓ સહિત 4 રેલ્વે કર્મચારીઓ સવાર હતા. ટ્રેનમાં ભોજનની ખૂબ જ સારી વ્યવસ્થા કરવામાં આવી હતી. યાત્રીઓ તેમના નક્કી કરેલ સ્થળ પર પહોંચવાની રાહ જોઈ રહ્યા હતા. તે દરમિયાન ટ્રેન એક સુરંગમાં પહોંચ્યા બાદ ગાયબ થઈ ગઈ. તે બાદ ટ્રેનની ખૂબ જ શોધખોળ કરવામાં આવી, પરંતુ ટ્રેનની કોઈ જાણકારી મળી નહીં.

ટ્રેનના 104 લોકોમાંથી 2 યાત્રીઓ સુરક્ષિત બહાર આવી ગયા. તેઓ માનસિક રીતે ખૂબ જ પરેશાન હતા અને તેમની પરિસ્થિતિ ખૂબ જ ખરાબ હતી. માનસિક સ્વાસ્થ્યના ઈલાજ બાદ યાત્રીઓ સામાન્ય થઈ શક્યા. તેઓ આ પરિસ્થિતિ અંગે કંઈ પણ કહેવા માટે તૈયાર નહોતા. એક યાત્રીએ જણાવ્યું કે જેવા તેઓ સુરંગ સુધી પહોંચ્યા ત્યારે ટ્રેનમાં સફેદ ધુમાડો ભરાવા લાગ્યો હતો. લોકો અચાનક ગભરાઈ ગયા અને તેઓ ચીસો પાડવા લાગ્યા. તમામ લોકો એવી લાગી રહ્યું હતું કે ટ્રેન સાથે કોઈ ખરાબ દુર્ઘટના સર્જાઈ છે.

આ અફરાતફરીમાં બે યાત્રીઓ ટ્રેનમાંથી બહાર નીકળી ગયા. આ બે યાત્રીઓને ખુદને જ ખબર નહોતી કે તેઓ કેવી રીતે આ ટ્રેનમાંથી બહાર નીકળી શક્યા. ત્યારબાદ આ સુરંગને સંપૂર્ણપણે બંધ કરી દેવામાં આવી. આ દુર્ઘટના બાદ ટ્રેનનું રહસ્ય ખૂબ જ ગંભીર થવા લાગ્યું. મોટાભાગના લોકો કહે છે કે ટ્રેન પર કોઈ પરલૌકિક તાકતે કબજો કર્યો અને ટાઈમ ટ્રાવેલ કરતા સમયે તે ભૂતકાળમાં પહોંચી ગઈ. અનેક મીડિયા રિપોર્ટ્સ અનુસાર તે 1840ના મેક્સિકોમાં પહોંચી ગઈ હતી.

દાયકાઓ બાદ મેક્સિકોની એક ડોકટરે દાવો કર્યો હતો કે જે હોસ્પિટલમાં તે કામ કરતી હતી, ત્યાં 104 લોકોને દાખલ કરવામાં આવ્યા હતા. તે તમામ લોકોની માનસિક સ્થિતિ ખરાબ થઈ ગઈ હતી. તેઓ કહેતા હતા કે તેઓ કોઈ ટ્રેનમાંથી આવ્યા છે, પરંતુ તેઓ કોઈ માહિતી આપી શકતા નહોતા.

ઈટલી, રશિયા, જર્મની અને રોમાનિયાના અનેક ભાગોમાં ટ્રેન દેખાતી હોવાનો દાવો કરવામાં આવ્યો છે. જે ટ્રેન જોવાનો ઉલ્લેખ કરવામાં આવ્યો હતો, તેવી જ ટ્રેન વર્ષ 1911માં ગાયબ થઈ ગઈ હતી.

આ ટ્રેન વિશે કોઈ ખાસ પુરાવા મળ્યા નથી. તે સમયે ઈટલીના અનેક સમ્માનિત લોકોને લઈને યાત્રા કરતી અને ગાયબ થયેલ ટ્રેન વિશેના સ્થાનિક સ્તર પર સમાચાર આવ્યા હતા. ત્યાર બાદ આ સમાચારને અચાનક દૂર કરી દેવામાં આવ્યા હતા. આ ઘટના વિશેની તમામ માહિતી દૂર કરવામાં આવી હતી, પરંતુ ક્યારેક ક્યારેક એવી બાબતો સામે આવતી હતી કે જેનો આ ગાયબ થયેલ ટ્રેન સાથે મેળ થતો હતો.

માત્ર વિદેશના જ નહીં, પરંતુ આપણા ભારત દેશમાં પણ અનેક રેલ્વે સ્ટેશનોને રહસ્યમયી માનવામાં આવે છે. જેમ કે પશ્ચિમ બંગાળના પુરુલિયામાં

બેગુનકોડોર રેલ્વે સ્ટેશન દેશનું સૌથી હોન્ટેડ સ્ટેશન માનવામાં આવે છે. આ સ્ટેશનનું ઉદઘાટન 1960માં થયું હતું. સંથાલ રાનીએ આ સ્ટેશનને બનાવવામાં મહત્વની ભૂમિકા ભજવી હોવાનું માનવામાં આવે છે. હોન્ટેડ

સ્ટેશન શરૂ થયું ત્યારે તે ખૂબ જ સરસ ચાલી રહ્યું હતું, પરંતુ અચાનક 7 વર્ષ બાદ રહસ્યમયી ઘટનાઓ થવા લાગી. લોકોમાં ડર જોવા મળી રહ્યો હતો અને લોકો આ રેલ્વે સ્ટેશન પર કામ કરવા માટે મનાઈ કરવા લાગ્યા. આ રેલ્વે સ્ટેશન બંધ કરી દેવામાં આવ્યું. વર્ષો સુધી અહીંયા કોઈ ટ્રેન ઊભી નથી રહી. જો કોઈ ટ્રેન પસાર થાય તો લોકો પાયલટ ટ્રેનની સ્પીડ વધારી દેતા, જેથી કોઈ દુર્ઘટના ન સર્જાય.

વર્ષ 2009માં તત્કાલિન રેલ્વે મંત્રી મમતા બેનરજીએ બેગુનકોડોર રેલ્વે સ્ટેશનને ફરી શરૂ કરાવ્યું. જે લોકોને હોન્ટેડ ટુરિઝમમાં રસ છે, તે વિદેશ સહેલાણીઓ હવે અહીં ફરવા માટે પણ આવે છે. ફરી સ્ટેશન શરૂ થયા બાદ અહીંયા કોઈપણ પ્રકારની રહસ્યમયી ઘટના સર્જાઈ નથી.
સંદર્ભ :ઈન્ટરનેટ અને વિકિપીડિયા અને વિવિધ અખબારી અહેવાલ

7

દેશની એક એવી નદી જેનું પાણી પીવાની વાત તો દુર રહી લોકો તેને હાથ લગાડવાથી પણ ડરે છે

ભારતમાં નદીઓને માતાનો દરજ્જો આપવામાં આવ્યો છે. નદીઓને ખૂબ જ પવિત્ર માનવામાં આવે છે. તેમની પૂજા કરવામાં આવે છે, દીવાનું દાન કરવામાં આવે છે. ખાસ પ્રસંગોએ નદીઓમાં સ્નાન કરવાની પરંપરા પણ સદીઓ જૂની છે. પવિત્ર નદીઓના પાણીનો વિશેષ ઉપયોગ પૂજા અને શુભ કાર્યોમાં થાય છે.

એકંદરે, અહીં નદીઓને માત્ર જીવનરેખા તરીકે જ ગણવામાં આવતી નથી, પરંતુ તેમનું ધાર્મિક મહત્વ પણ ઘણું છે. પરંતુ આપણા દેશમાં એક એવી નદી પણ છે, જેના પાણીને લોકો હાથ લગાડવાનું પણ ટાળે છે. આ નદીનું નામ કર્મનાશા છે

હિંદુ ધર્મમાં ગંગાને સૌથી પવિત્ર નદી માનવામાં આવે છે. પરંતુ સરસ્વતી, નર્મદા, યમુના, ક્ષિપ્રા વગેરે નદીઓનું પણ ઘણું મહત્વ છે. આ નદીઓમાં સ્નાન કરવાનો મહાન તહેવાર કુંભનું આયોજન કરવામાં આવે છે. તે જ સમયે, લોકો ઉત્તર પ્રદેશની કર્મનાશા નદીના પાણીને સ્પર્શ પણ કરતા નથી.

કર્મનાશ બે શબ્દોથી બનેલો છે. પહેલું કર્મ અને બીજું નશા. એવી માન્યતા છે કે કર્મણાશા નદીના પાણીને સ્પર્શ કરવાથી કામ બગડે છે અને સારા કાર્યો પણ માટીમાં ભળી જાય છે. તેથી જ લોકો આ નદીના પાણીને સ્પર્શતા નથી. તેમ જ તેનો ઉપયોગ કોઈપણ હેતુ માટે થતો નથી.

કર્મનાશા નદી બિહાર અને ઉત્તર પ્રદેશમાંથી વહે છે. આ નદીનો મોટાભાગનો ભાગ યુપીમાં જ આવે છે. યુપીમાં તે સોનભદ્ર, ચંદૌલી, વારાણસી અને ગાઝીપુરમાંથી વહે છે અને બક્સર પાસે ગંગામાં જોડાય છે. એવું માનવામાં આવે છે કે જ્યારે આ નદીની આસપાસ પીવાના પાણીની કોઈ વ્યવસ્થા નહોતી ત્યારે લોકો ફળો ખાઈને જીવન નિર્વાહ કરતા હતા પરંતુ આ નદીના પાણીનો ઉપયોગ કરતા ન હતા. જ્યારે કર્મનાશા નદી આખરે ગંગામાં જોડાય છે.

પૌરાણિક કથાઓ અનુસાર, રાજા હરિશ્ચંદ્રના પિતા સત્યવ્રતે એકવાર તેમના ગુરુ વશિષ્ઠ સાથે શારીરિક રીતે સ્વર્ગમાં જવાની ઈચ્છા વ્યક્ત કરી હતી. પણ ગુરુએ ના પાડી. ત્યારે રાજા સત્યવ્રતે ગુરુ વિશ્વામિત્રને આ જ વિનંતી કરી. વશિષ્ઠ સાથેની દુશ્મનાવટને કારણે, વિશ્વામિત્રએ સત્યવ્રતને તેમની દ્રઢતાના બળ પર સ્વર્ગમાં શારીરિક રીતે મોકલ્યા.

આ જોઈને ઈન્દ્રદેવ ક્રોધિત થઈ ગયા અને રાજાનું માથું નીચે પાડીને તેમને પૃથ્વી પર મોકલી દીધા. વિશ્વામિત્રએ પોતાની મક્કમતાથી રાજાને સ્વર્ગ અને પૃથ્વીની વચ્ચે અટકાવ્યો અને પછી દેવતાઓ સાથે યુદ્ધ કર્યું. આ દરમિયાન રાજા સત્યવ્રત આકાશમાં ઊંધા લટકતા રહ્યા, જેના કારણે તેમના મોંમાંથી લાળ પડવા લાગી.

આ લાળ નદીના રૂપમાં પૃથ્વી પર આવી હતી.જ્યારે ગુરુ વશિષ્ઠે રાજા સત્યવ્રતને તેની નીડરતાના કારણે ચાંડાલ બનવાનો શ્રાપ આપ્યો હતો. એવું માનવામાં આવે છે કે લાળ સાથે નદીની રચના અને રાજાને આપવામાં આવેલા શ્રાપને કારણે તે શાપિત માનવામાં આવે છે.

સંદર્ભ :ઈન્ટરનેટ અને વિકિપીડિયા અને વિવિધ અખબારી અહેવાલ

8

ગમે તેવો શિયાળો હોય, આ નદીનું પાણી 100 ડીગ્રી તાપમાન પર ઉકળતું જ હોય છે

ક્ષિણ અમેરિકામાં આવી એક રહસ્યમય નદી છે. જેમાં આખું વર્ષ ઉકળતું ગરમ પાણી વહે છે. એટલું જ નહીં, તેમાં ભાત પણ રાંધવામાં આવે છે. આ નદીની વિશેષતા એ છે કે ઉકળતું પાણી વર્ષના 24 કલાક અને 365 દિવસ વહે છે.

આ નદી દક્ષિણ અમેરિકાના એમેઝોન બેસિનમાં આવેલી છે, જને ઉકળતી નદી તરીકે પણ ઓળખવામાં આવે છે. આ અનોખી નદીની શોધ આંદ્રેજ રોજોએ વર્ષ 2011માં કરી હતી. ઉકળતા પાણીની આ નદીની લંબાઈ 6.4 કિમી, પહોળાઈ 82 ફૂટ અને ઊંડાઈ 20 ફૂટ છે.

આ નદી એમેઝોન બેસિનના જંગલમાંથી વહે છે. તેનું પાણી 200 ડિગ્રી ફેરનહીટ પર ઉકળે છે. આ તાપમાન એટલું વધારે છે કે ઈંડા અને ચોખા સરળતાથી ઉકળી શકે છે. કહેવાય છે કે જો કોઈ પ્રાણી આ નદીમાં પડી જાય તો તે બચતું નથી.

આ નદીનું પાણી ઠંડીની ઋતુમાં પણ એટલું જ ગરમ રહે છે. લોકોનું કહેવું છે કે આ નદીનું પાણી એટલું ગરમ છે કે તમે તેમાં સરળતાથી ભાત બનાવીને ખાઈ શકો છો.

તેના ગરમ પાણીની વરાળ ઉકળતી નદીની આસપાસ ઉડતી જોવા મળે છે. આ વરાળને કારણે, ઘણી વખત આ વિસ્તારમાં દૃશ્યતા નોંધપાત્ર રીતે ઘટી જાય છે. જેના કારણે આ વિસ્તારથી અજાણ લોકો અકસ્માતનો ભોગ બનવાનું જોખમ વધારે છે.

જો કે લોકો પાણી અને પ્રકૃતિના આ અદ્ભુત નજારાને જોવા માટે અહીં આવતા રહે છે. તે ગમે તે હોય, પરંતુ તેમ છતાં, ઉકળતી નદીની આ વિશેષતા અને પ્રકૃતિનો અનોખો નજારો જોવા માટે લોકોના મનમાં ઉત્સુકતા રહે છે અને તેઓ મોટી સંખ્યામાં અહીં આવે છે.

સંદર્ભ :ઈન્ટરનેટ અને વિકિપીડિયા અને વિવિધ અખબારી અહેવાલ

9
રહસ્યમય બર્મુડા ત્રિકોણ

એરોપ્લેન, સમુદ્રી જહાજ, હેલીકોપ્ટર કે પછી કોઈપણ વસ્તુ આ રાક્ષસી ક્ષેત્રમાં ગયા પછી તે પાછી નથી આવી શકી. સેંકડોની સંખ્યામાં કેટલાય મોટા-મોટા જહાજો અને શક્તિશાળી પ્લેનો આ રીતે ગાયબ થઈ ગયા છે અને તેની સાથે સંકળાયેલા રહસ્યોને લઈને આજે ય અનેક પ્રકારની વાતો કરાય છે. કોઈ કહે છે કે અહીં સમુદ્રી દાનવ રહે છે તો કોઈ તેને નષ્ટ થયેલી કોઈ સંસ્કૃતિની અસર ગણાવે છે. વૈજ્ઞાનિકો પણ આ રહસ્ય પરથી પડદો હટાવી શક્યા નથી.

દુનિયાનું સૌથી રહસ્યમયી સ્થાન બરમુડા ટ્રાયઍંગલ ઍટલાન્ટિક મહાસાગરના બરમૂડા મિયામી, ફ્લોરિડા અને સેન જુઅન, પુઍટરે રિકો દ્વિપોની આસપાસ છે.

આ રહસ્યમયી ત્રિકોણ અંગે સૌથી પહેલા લખનારો વ્યક્તિ હતો ક્રિસ્ટોફર કોલંબસ. તેના અને તેના ચાલકદળે સમુદ્રની સપાટી પર નૃત્ય કરતી કોઈ અદ્ભૂત રોશનીને જોઈ હતી અને પોતાની લોગબૂકમાં લખ્યું હતું કે આકાશમાં આગની જ્વાળાઓ હતી. તે લોકોએ પોતાની લોગબૂકમાં એમપણ લખ્યુ હતુ કે આ દરમિયાન તેમના કંપાસ (હોકાયંત્ર)એ બેવડી દિશા બતાવવી શરૂ કરી દીધી હતી.

જોકે, વિદ્વાનોએ તેને ભ્રમનો કરાર આપ્યો હતો. તેમનું કહેવું છે કે તેમના દ્વારા જોવાયેલો પ્રકાશ ટેનોના રહેવાસીઓ દ્વારા તેમના તરાપામાં રસોઈ બનાવવા માટે બાળવામાં આવેલી આગથી ઉત્પન્ન થયો હતો અને કમ્પાસમાં સમસ્યા એક તારાની હલચલને નોંધવામાં થયેલી ભૂલને કારણે થઈ હતી.

આ અંગે પ્રમાણિક રૂપે સૌથી પહેલા 16 સપ્ટેમ્બર 1950ના રોજ ઈ.વી. ડબલ્યૂ. જોન્સનો એક આર્ટિકલ ઍસોસિએટેડ પ્રેસમાં છપાયો હતો. તેના બે વર્ષ પછી એક ફેટ નામની એક પત્રિકામાં પણ સી મિસ્ટ્રી એટ અવર ડોર ટાઈટલ

સાથે એક લેખ છપાયો હતો.

આ ઘટના પછીના વર્ષોમાં આ ત્રિકોણ સાથે જોડાયેલી વધુ વાતો સામે આવતી રહી પરંતુ આ સ્થળ લાઈટમાં 5 ડિસેમ્બર 1945માં આવ્યું. આ દિવસે અમેરિકન નેવીના પાંચ બૉંબબર વિમાનો એટલાન્ટિક મહાસાગરના ઉંડાણમાં સમાઈ ગયા હતા. જ્યારે તેની સુચના નેવીને મળી ત્યારે એક નૌકાને અહીં તપાસ માટે મોકલવામાં આવી હતી પરંતુ તે પણ તેનાથી બચી નહોતી શકી અને તેણે પોતાના 27 ક્રૂ મેમ્બર સાથે જળ સમાધિ લઈ લીધેલી.

બરમુડા ટ્રાયેંગલમાં વિમાનો અને જહાજોના ગાયબ થવા પાછળ સૌથી મોટું કારણ તેની ભૌગોલિક સ્થિતિને માનવામાં આવે છે. ઉત્તર-પશ્ચિમ મહાસાગરમાં સ્થિત આ ક્ષેત્રની ભૌગોલિક સ્થિતિ એવી છે કે આ ક્ષેત્રમાં દાખલ થનારા વિમાનોના કંપાસ સાચી દિશા બતાવવાનું બંધ કરી દે છે.

વૈજ્ઞાનિકોનું માનવું છે કે આ ક્ષેત્રમાં ભૌતિકશાસ્ત્રના નિયમો લાગુ નથી પડતા એટલે જ અકસ્માતો થાય છે. આ ઉપરાંત ચંદ્રને પણ આ અંગે જવાબદાર મનાય છે.આ ઉપરાંત વૈજ્ઞાનિકોએ બીજા કેટલાક કારણો પણ આપ્યા છે જેમાં...

વિમાનો ગાયબ થવાની ઘટનાઓ માટે મિથેન હાઈડ્રેટને જવાબદાર મનાય છે. આ વિસ્તારના સમુદ્ર તળમાં મિથેન હાઈડ્રેટ્સનો વિશાળ ભંડાર છે. આ ભંડારથી મિથેન ગેસના મોટામોટા પરપોટા સપાટી પર આવે છે. વૈજ્ઞાનિકોના જણાવ્યા અનુસાર આ પરપોટા એટલા મોટા હોય છે કે તેઓ પાણીના ઘનત્વમાં કમી લાવી જહાજને ડુબાડવાની ક્ષમતા રાખે છે.

આ ક્ષેત્રમાં રહેલી શક્તિશાળી ચુંબકીય શક્તિ અને ઉત્તર અને દક્ષિણ ધ્રુવોના ચુંબકીય પ્રભાવને કારણે આ ક્ષેત્રમાં એવી ખાસ સ્થિતિ બને છે કે અહીં કંપાસ કામ કરવાનુ બંધ કરી દે છે. તેના કારણે પાઈલટ સાચો નિર્ણય લેવામાં ભૂલ કરી બેસે છે અને પરિણામે અકસ્માત થાય છે.

આ ક્ષેત્રથી શક્તિશાળી ગલ્ફ સ્ટ્રિમ ચાલે છે. આ ગલ્ફ સ્ટ્રિમ મેક્સિકોની ખાડીથી નીકળીને ફ્લોરિડાના જલડમરુની ઉત્તર એટલેન્ટિકમાં આવે છે. આ ગલ્ફ સ્ટ્રીમ ખરેખરમાં સમુદ્રની અંદરની નદીની જેમ હોય છે જેના શક્તિશાળી વહેણમાં જહાજોના ડૂબવાની સંભાવનાઓ વધી જાય છે.

સંદર્ભ :ઈન્ટરનેટ અને વિકિપીડિયા અને વિવિધ અખબારી અહેવાલ

10

લોચનેસનો જળરાક્ષસ

લોચનેસનો જળરાક્ષસ આઠ દાયકાથી સમસ્ત યુરોપને ચકરાવે ચડાવતી ઘટના છે.આ વિચિત્ર જળચરને ખોળી કાઢવા કરોડો પાઉન્ડનું આંધણ કરીને વૈજ્ઞાનિકોએ કેટલીય વાર સરોવરના પેટાળમાં ડૂબકી મારી, પરંતુ આ કહેવાતા દૈત્યની ભાળ મળી નથી

ગુજરાત ના જાણીતા વિજ્ઞાન લેખક ભાલચંદ્ર જાની પોતાના હોટલાઈન નામના લેખ માં વેધક જણાવે છે કે દુનિયા ઝુકતી હૈ ઝુકાનેવાલા ચાહિયે એ ઉક્તિમાં જરા પણ અતિશયોક્તિ નથી. આ વાત સ્કોટલેન્ડમાં આવેલા મીઠા પાણીના જળાશયની છે. નેસ નામની નદી આ સરોવર માં ઠલવાતી હોવાથી એનું નામ લોચનેસ પડી ગયું. આ સરોવરની ચારે બાજુ પર્વતો હોવાથી તેનું પાણી હમેશાં કાળા રંગનું દેખાય છે.

સૂર્યના કિરણો પણ દસેક ફૂટ કરતાં વધુ ઊંડાઈએ પહોંચી શકતા નથી. આસપાસના પર્વતોમાંથી વહેતા ઝરણાં આ જળાશયને બારે મહિના પાણીથી છલોછલ રાખે છે. આસપાસમાં ગીચ વનરાજિ હોવાથી અહીંનું વાતાવરણ જરા ભેદભરમવાળું તો છે જ. તેમાં વળી લોચનેસ સરોવરમાં જળરાક્ષસ રહેતો હોવાની વાતો વહેતી થઈ ત્યારથી આ સ્થળ વધુ રહસ્યમય બની ગયું.

આજના જમાનામાં કોઈ એમ કહે કે તળાવમાં કાળમુખો દૈત્ય રહે છે અને રોજ ૨૫૦ ટન માછલાં ખાય છે તો કોઈ માને ખરું? કોઈપણ વ્યક્તિ ટાઢા પહોરનું ગપ્પું કહીને આવી વાતને હસી કાઢે. પરંતુ લોચનેસ જળાશયમાં વસવાટ કરનારા દૈત્યની વાત તો પૂરા આઠ દાયકા સુધી લોકો વાગોળતાં રહ્યા. સરોવરના પાણીમાં કે નીચે પેટાળમાં જળરાક્ષસ છુપાયો હોય તો તેને શોધી કાઢવા કંઈકેટલાય વૈજ્ઞાનિક સંશોધનો હાથ ધરવામાં આવ્યા.

દરિયો ખુંદી વળવાનો હોય એવા ભગીરથ પ્રયાસો કરીને બ્રિટન તથા યુરોપની બીજી સંસ્થાઓએ સ્વતંત્ર રીતે લોચનેસ મોન્સ્ટર ની ભાળ મેળવવા કરોડો પાઉન્ડનું આંધણ કરી નાખ્યું અને છતાં આ દૈત્યને કોઈ નાથી શક્યું નહીં. એ તો ઠીક, પણ આજ સુધી સંશોધન કરનારી એક પણ ટીમને એક ક્ષણ પૂરતોય જળરાક્ષસ જોવા મળ્યો નથી. જોવા પણ ક્યાંથી મળે? લોચનેસમાં દૈત્ય હોય તો તેના દર્શન થાય ને! વાસ્તવમાં આ દૈત્યની વાત જ જગતમાં સૌથી મોટા જુઠાણા જેવી હતી.

તાજેતરમાં અમેરિકાની ડાયના ટર્નર નામની પર્યટક મહિલાએ લોચનેસ સરોવર ખાતે જળરાક્ષસ જોયો હોવાનો દાવો કર્યો છે. ડાયનાએ જ્યાં દાનવ જોયો હોવાનું જણાવ્યું ત્યાં એક જ વર્ષમાં આ નવમી ઘટના બની છે. આ પહેલા ૧૯૯૬માં આ જ સ્થળે કોઇએ લોચનેસમાં દાનવ જોયો હોવાની વાત ઉઠી હતી.

આ ઘટના સ્કોટિસ હાઇલેન્ડના ઉર્કહર્ટ નામના કિલ્લા પાસેની છે. ડાયના ટર્નર દરિયાકાંઠે સમુદ્ર અને સુંદર પહાડીઓના ફોટા પાડતી હતી. ત્યારે એવું કશુંક ચિત્ર પણ આવી ગયું જે તેને જોયું ત્યારે નવાઇ પાંમી હતી. તેણે કોઇ વિચિત્ર જીવની ગરદન બહાર આવતી જોઇ હતી. જયારે આ જીવનું ધ્યાન તેની તરફ ગયું કે તરત જ સમુદ્રમાં ડુબકી મારીને ગાયબ થયું હતું.

આ જુઠાણા પરથી પહેલી વાર પડદો ઊંચકાયો ત્યારે જળરાક્ષસની દંતકથામાં માનનારા લોકો અવાચક બની ગયા. મૂર્ખા બની ગયાનો અહેસાસ થતા થોડા ઝંખવાયા પણ ખરા. ભારતના કેટલાંક અગ્રણી સામયિકો પણ જળરાક્ષસની આસપાસનું રહસ્યનું જાળું વધુ ગૂંથીને , મરચાંમસાલા ઉમેરીને તેની વાતો પ્રગટ કરીનમે વાચકોમાં કુતૂહલ પેદા કર્યું હતું.

એક સમયે લોચનેસનો વિસ્તાર નિર્જન પ્રદેશ જેવો ભેંકાર હતો. ચારે બાજુ લીલીછમ વનરાજી પથરાયેલી હતી, પરંતુ પાકી સડકના અભાવે આ વિસ્તારમાંથી કદી કોઈ પસાર થતું નહોતું. ૧૯૩૧માં પહેલી વાર નેસ નામના લોચ (સરોવર) માં પાણી ઠલવાતી કોલેડોનિયન કેનલમાં જળવ્યવહાર શરૂ થયો અને એ સાથે જ આ સરોવર પાસેથી પસાર થતી પાકી સડક બાંધવામાં આવી, જેથી સ્કોટલેન્ડનો પર્યટન ઉદ્યોગ વિકસે.

જંગલમાંથી પસાર થતી અને સરોવરની ગોળ પ્રદક્ષિણા કરતી સડક બાંધવાથી એમ કંઇ રાતોરાત ટુરિસ્ટોના ધાડાં નથી ઊતરી આવતા. પરંતુ લોચનેસ તો રાતોરાત આખા બ્રિટનમાં મશહૂર થઈ ગયું. એ દિવસ હતો ૧૪ એપ્રિલ, ૧૯૩૩. નેસ સરોવર નજીક આવેલા ડ્રમના ડ્રોચીટ નામના સ્થળે હોટેલ ધરાવતા જોન મેકીની ઈચ્છા એવી હતી કે લોચનેસના શાંત રમણીય વિસ્તારમાં એકાદ નાની મોટેલ સ્થાપી હોય તો ભવિષ્યમાં સારો એવો ધંધો થઈ શકે.

આ હેતુસર યોગ્ય સ્થળની તલાસમાં જોન મેકી અવારનવાર લોચનેસની ફરતે ચણાયેલા નવા માર્ગ પર મોટર લઈને ફરવા નીકળી પડતો. ૧૯૩૩ ની ૧૪ એપ્રિલે આ જ રીતે જોન મેકી તેની પત્ની થેલ્મા સાથે સરોવરની નજીકથી પસાર થતી કેડી પરથી મોટરમાં પસાર થઈ રહ્યો હતો.

અચાનક થેલ્માએ બૂમ પાડી, ''ઓ માય ગોડ, પાણીમાં બિહામણું પ્રાણી દેખાય છે. '' તરત જ જોન મેકીએ કારને બ્રેક મારીને ડોક ફેરવી. સરોવર ભણી જોયું તો પાણીની સપાટી પર લાંબી ડોકવાળો એક વિચિત્ર જીવ દેખાતો હતો. પાછળથી મેકી દંપતીએ અખબારનવીસો સમક્ષ લોચનેસમાં જોયેલા જળરાક્ષસના હુરિયાનું વર્ણન કર્યું.

તે આ મુજબ હતું. બે ખૂંધવાળા ઊંટની પીઠનો ભાગ જ દેખાય એ રીતે આ જળચરની બે ખૂંધ પાણીની સપાટી પર ડોકાતી હતી, જ્યારે ખાસ્સી પાંચ ફૂટ લાંબી ડોક અજગર જેવી દેખાતીહતી. આ જળચરનો ચહેરો કેવો દેખાતો હતો તેવા પ્રશ્નના જવાબમાં થેલ્મા મેકીએ એટલું જ કહ્યું કે એની કદાવર કાયા જોઈને જ હું એટલી છળી પડી કે ચહેરો બરાબર નીરખી શકી નહીં.

મેકી દંપતીના આ પ્રત્યક્ષ અનુભવને અખબારોમાં ગરમાગરમ મસાલા જેવું સ્થાન મળ્યું. તેથી આખા બ્રિટનમાં ચકચાર જાગી. પ્રાણીશાસ્ત્રીઓને પણ કૌતુક થતું કે સ્કોટલેન્ડના અસંખ્ય સરોવરોમાંથી બીજે ક્યાંય નહીં ને લોચનેસમાં જ દૈત્ય જેવો દેખાતો જીવ ક્યાથી ઉદ્ભવ્યો. ઝુઓલોજિસ્ટના મંડળો આ દિશામાં સંશોધન હાથ ધરવાનું વિચારતા હતા ત્યાં ૧૯૩૪ના મે મહિનાના એલેક્સ કેમ્પબેલે પણ લોચનેસમાં મહાકાય જળરાક્ષસ જોયાનો દાવો કર્યો.

સ્કોટલેન્ડના આ સ્થાનિક પત્રકારો અખબારોને લેખિત નિવેદન આપ્યું તેમાં તેણે જોયેલા દૈત્યનું બિલકુલ એવું જ વર્ણન કર્યું જેવું મેકી દંપતીએ કર્યું હતું..... ''છ ફૂટ લાંબી, અજગર જેવી ડોકવાળો પણ નાનું માથું ધરાવતો બિહામણા પ્રાણી જેવો એ જીવ અચાનક પાણીની બહાર ડોકાયો અને આમતેમ ડોક ફેરવીને પાછો પાણીમાં ગરક થઈ ગયો.''

જળરાક્ષસને નજરોનજર જોયાના આ બીજા કિસ્સાને પણ ખૂબ પ્રસિદ્ધિ મળી. સ્કોટલેન્ડના એક સરોવરમાં દૈત્ય વસવાટ કરતો હોવાની વાત આખા યુરોપમાં પ્રસરી ગઈ. જળરાક્ષસના દર્શન કરવાના બહાને ઠેકઠેકાણેથી લોકો લોચનેસ પાસે ઊભરાવા લાગ્યા. જોતજોતામાં આ સ્થળ પર્યટનધામ બની ગયું. બીજી તરફ અમે નેસી (લોકોએ પાડેલું હુલામણું નામ)ને જોયો છે એવો દાવો કરનારાની સંખ્યા ઝડપથી વધવા લાગી.

લંડનની હાર્લે સ્ટ્રીટના મશહૂર ગાયનેકોલોજિસ્ટ કર્નલ રોબર્ટ વિલ્સને તો નેસી જોયા ઉપરાંત તેના ફોટોગ્રાફિક પુરાવા સુધ્ધાં રજૂ કરતાં બ્રિટિશ સમાજમાં

ખળભળાટ મચી ગયો. લોચનેસના ભૂખરા રંગના પાણીની સપાટી પર લાંબી ડોક બહાર કાઢીને આમતેમ જોતા દૈત્યની એ તસવીર એકલા બ્રિટનમાં જ નહીં, વિશ્વના અનેક દેશોનાં સેંકડો અખબારોમાં છપાઈ અને આજ સુધી છપાતી રહી છે. એક પ્રતિષ્ઠિત તબીબ દૈત્ય જોયાની વાતો કરે, તેના તસવીરી પુરાના રજૂ કરે પછી તો ભણેલા ગણેલા લોકો પણ આ વાતમાં રસ લેતા થાય એ સ્વાભાવિક છે.

બન્યું પણ એવું જ. દર વર્ષે અનેક જણ દૈત્ય જોયાનો દાવો કરી તેનું ચિત્રવિચિત્ર વર્ણન કરતા હતા. જોકે કેટલાક કેસમાં તો પ્રાણીશાસ્ત્રીઓએ સઘન તપાસ કર્યા પછી એવી ખબર પડી હતી કે લોકો સરોવરના શાંત નીરમાં તરતા લાકડાના ટુકડાને, સ્ટીમ બોટમાંથી છૂટા પડેલા બળતણ ના પીપડાને કે કોઈ ઢોરના તરતા શબને પણ નેસી મોન્સ્ટર તરીકે ખપાવતા હતા.

એક ફળદ્રુપ ભેજું ધરાવનારે તો વળી એવી વાત પણ ચગાવી કે ઈ.સ.૧૫૬૫માં પણ ઈન્વરનેસથી ડ્રમના ડ્રોચીટ તરફ યાત્રા એ નીકળેલા સંત કલમ્બા નામના પાદરી અને તેના ચેલાને પણ લોચનેસના જળરાક્ષસનો પરચો મળ્યો હતો.

સરોવરમાં તરતી એક ખાલી હોડીને ખેંચી લાવવા ચેલો પાણીમાં ઊતર્યા કે તરત વિરાટ જળરાક્ષસે તરાપ મારીને ચેલાને દબોચવાનો પ્રયત્ન કર્યો, પરંતુ એ જીવ બચાવીને કિનારા તરફ નાઠો. પોતાના ચેલાને દૈત્યના પંજામાં સપડાતો બચાવવા સંત કોલમ્બોએ ક્રોસ કાઢીને મંત્ર જપ્યા એટલે પેલો જળરાક્ષસ પાણીમાં અલોપ થઈ ગયો. આવી કપોળકલ્પિત દંતકથા પણ વર્ષો લુધી લોકજીભે રમતી રહી!

કહે છેને કે સો વાર એકનું એક જૂઠાણું ઉચ્ચારવામાં આવે તો એ પણ સત્ય બની જાય. એ રીતે લોચનેસના દૈત્યની વાતો પણ જેટલી વાર નવેસરથી ચર્ચાતી ત્યારે તેમાં સત્યનો અંશ છે એવું ઠસાવવા લોકો જાતજાતની વાતો ઉપજાવી કાઢતા. છેવટે વૈજ્ઞાનિકો પણ આ જળરાક્ષસની વાતમાં કંઈક તથ્ય હશે એવું માની એ દિશામાં શોધખોળ કરવા પ્રેરાયા.

અદ્યતન રડાર યંત્રોથી સજ્જ બોટ વડે સમગ્ર લોચનેસના તળિયા સુધી નજર દોડાવવામાં આવી. સરેરાશ ૬૦૦ ફૂટ ઊંડા આ સરોવરના તળિયા સુધી અલ્ટ્રાસોનિક સાઉન્ડનાં મોજાં ફેંકીને ભીતરમાં જો નેસી દૈત્ય ક્યાંક લપાયો હોય તો તેની ભાળ મેળવવાના પ્રયત્ન પણ થયા. ૧૯૮૨માં બોસ્ટનની એકેડેમી ઓફ એપ્લાઈડ સાયન્સ નામની સંસ્થાએ સરોવરના પેટાળમાં લપાતાછુપાતા નેસીને શોધી કાઢવા નિદીષ ડોલ્ફિનને કામે લગાડી.

ડોલ્ફિનના બે પડખે બે ઓટોમેટિક કેમેરા બાંધી તેને પાણીમાં તરતી મૂકવામાં આવી. આ કેમેરાની સાથે જોડવામાં આવેલા અલ્ટ્રાસોનિક ટ્રાન્સમીટર અને રિસીવરનું કામ પાણીમાં મોટા કદની વસ્તુને ઓળખી કાઢવાનું હતું. તરતી તરતી ડોલ્ફિન માનો કે તળિયે જઈ બેસેલા દૈત્યની નજીક પહોંચી જાય તો તરત અલ્ટ્રાસોનિક સાઉન્દનાં મોજાં તેની સાથે અફલાઈને કેમેરાને કાર્યાન્વિત કરે છે.

ટ્રિગર દબાતાં જ કેમેરાને ફ્લેશગન તેમ જ ૩૫ એમ.એમ. મોટરડ્રિવન ફિલ્મ પર તસવીરો ઝીંલવાની કાર્યવાહી આપમેળે શરૂ થઈ જાય. કેમેરામાંનો રોલ ખતમ થઈ જતાં જ તેના ઈલેક્ટ્રોનિક સેન્સર એલાર્મ બેલ વગાડે કે તરત ડોલ્ફિન પાણીની સપાટીની બહાર ડોકાય, એટલે નિરીક્ષકો કેમેરામાંથી ફિલ્મ કાઢી લઈ શકે.

આટલેથી જ વૈજ્ઞાનિકો અટકયા નહોતા. તેમણે પાણીમાં સબમરીનની જેમ ડૂબકી મારી શકે તેવી સબમર્સિબલ બોટનો ઉપયોગ કર્યો. અસંખ્ય ડૂબકીમારોએ એકસાથે ફ્લડલાઈટો વાપરીને સેંકડો ફૂટ નીચે શોધખોળ ચલાવી. સરોવરમાં દૈત્ય સાચેસાચ ક્યાંક લપાયો હોય તો બહાર સપાટી પર આવવા તેને લલચાવવા માટે કેટલાય ક્રીમિયા અજમાવાયા.

જોકે દરેક પ્રયોગોને અંતે નિષ્ણાતો નાસીપાસ થઈ જતા, કેમ કે દૈત્ય તો શું તેના જરાસરખા સગડ પણ તેમને કદી મળ્યા નહીં. છતાં શોધખોળ ચાલુ જ રહી, કારણ કે અવારનવાર એવા પ્રસંગ બનતા રહ્યાં જેને લીધે ખુદ નાગરિકો જ નેસીનો પત્તો લગાવવા સત્તાવાળાઓને મજબૂર કરતા રહ્યા.

આવો એક સૌથી વધુ ચકચાર જગાવનારો પ્રસંગ ૧૯૫૨માં બન્યો. જોન કોબ નામનો એક સાહસિક લોચનેસના પાણીમાં તેજ ગતિએ મોટરબોટ હંકારતો હતો ત્યારે અચાનક તેની બોટ 'ક્રૂઝેડર' કોઈ કઠણ પદાર્થ સાથે અથડાઈને ઊંધી વળી ગઈ. આ અકસ્માતમાં જોન કોબનું અવસાન થયું. આ દુર્ઘટના પછી દરેકના મોંઢે એક જ વાત સંભળાતી હતી કે નેસી દૈત્ય જ જોન કોબને ભરખી ગયો. વાસ્તવમાં સ્પીડબોટની રેસ જોવા સરોવરની પાળે પ,૦૦૦ લોકોનું ટોળું જામ્યું હતું.

તેઓ પણ દ્રઢપણે માનતા હતા કે સરોવરના નિર્મળ જળમાં અચાનક કોબની બોટને અકસ્માત નડવાનું દૈત્યની હાજરી સિવાય બીજું કોઈ કારણ નહોતું. આ કિસ્સાની વૈજ્ઞાનિક ઢબે તપાસ કરનારી ટીમ પણ અકસ્માતનું કારણ નક્કી કરી શકી નહીં. તેમણે છ મહિનાની તપાસ પછી એવો ચુકાદો આપ્યો કે જોન કોબની બોટ બરાબર સરોવરની મધ્યમાં પહોંચી એ જ વખતે રહસ્યમય ફીણ પેદાં થયા, મોજા ઉછળવા લાગ્યા અને વમળમાં ફસાઈ હોય તેમ ક્રૂઝેડર બોટ પાણીમાં ઊંધી વળી જતા એક મોટો ધડાકો થયો અને જોન કોબનું અવસાન

થયું.

આ બનાવ પછી કુતૂહલપ્રેમીઓ લોચનેસ પાસે અવારનવાર દૂરબીન લઈને નીકળી પડતા. કેટલાક વળી રાઈફલ અને રિવોલ્વર જેવા હથિયારોથી સજ્જ થઈને ફરતા. બીજી તરફ જીવશાસ્ત્રીઓમાં બે ભાગ પડી ગયા. તેમાં ઝુઓલોજી (પ્રાણીશાસ્ત્ર) માં માનનારા એવી દલીલ કરતાં રહ્યા કે મીઠાપાણીના જળાશયમાં નેસી મોન્સ્ટર જેવી કદાવર કાયા ધરાવતો જીવ સંભવી જ શી રીતે શકે.

નેસીને જોયાનો દાવો કરવાની વાત સાચી માની લઈએ તો આ જળચરનું વજન સહેજે ૨,૫૦૦ ટન હોવું જોઈએ અને આવડી ભારેખમ કાયા ધરાવતા પ્રાણીને રોજ સહેજે ૨૫૦ ટન ખોરાક માછલાં અને બીજા દરિયાઈ જીવ ખાવા જોઈએ. પરંતુ સ્કોટિશ નેચરલિસ્ટ સોસાયટીએ વારંવાર સર્વેક્ષણ કરીને એ પ્રતિપાદિત કર્યું કે લોચનેસમાં કુલ મળીને ૨૦ થી ૩૦ ટન માછલા છે. તેથી લોચનેસનું વૈકુંઠ નેસી મોન્સ્ટર જેવા અકરાંતિયા ભગતને સાવ નાનું પડે.

નેસી મોન્સ્ટરની વાત સાવ કપોળકલ્પિત છે એવી દલીલ કરતાં કેટલાંક વૈજ્ઞાનિકોએ એવો મુદ્દો રજૂ કર્યો કે આ દૈત્યના વર્ણનને મળતા આવતા જીવ પ્લેસિયોસોર સાડા છ કરોડ વર્ષ પૂર્વે જ નામશેષ થઈ ગયા હતા.

તો અચાનક આ કદાવર જાનવર વળી પાછું બીજે ક્યાંય નહીં ને એકાએક સ્કોટલેન્ડના સરોવરમાં ક્યાંથી ફૂટી નીકળ્યું? ક્રિપ્ટોઝુઓલોજી નામશેષ થઈ ગયું હોવા છતાં હયાત હોવાનું મનાતા ભેદી પ્રાણીનું શાસ્ત્ર માં માનનારા નિષ્ણાતો આ દલીલનો વળતો જવાબ એ રીતે આપે છે કે હિમયુગનો આ જીવ અગાઉ સમુદ્રના પેટાળમાં વસવાટ કરતોહોય અને બાર હજાર વર્ષ પહેલાં હિમયુગ સંકેલાવા માંડતાં કેટલાંક પ્લેસિયોસોરે ઉત્તર સમુદ્ર અને આઈરિશ સમુદ્રમાં પોતાનો વંશવેલો ચાલુ રાખ્યો હોય તેવું બની શકે.

જો કે બ્રિટન અને અમેરિકાના પ્રાણીશાસ્ત્રીઓ તો તેમની આ વાતને વળગી જ રહ્યા કે લોચનેસના જળરાક્ષસની વાત હળાહળ જુઠ્ઠાણ્ છે. તેમાં સત્યનો રતીભાર અંશ નથી. બ્રિટનમાંથી પ્રગટ થતા સાયન્સ જર્નલ ન્યુ સાયન્ટિસ્ટ દ્વારા અવારનવાર સંશોધકોની ટુકડી મોકલીને લોચનેસના પાણી ખુંદવામાં આવ્યાં. તેઓ પણ એવા નિષ્કર્ષ પર પહોંચ્યા કે આ સરોવરમાં કદી કોઈ દૈત્ય કે અજગતા પ્રાણીનું અસ્તિત્વ હજું જ નહીં. દૈત્ય જેવો દેખાતો આ જીવ વાસ્તવમાં ઓટરનો સમૂહ હતો. આ જળચર પાણીની અંદર સમૂહમાં રહીને લટાર મારવલા નીકળેછે.

સ્વભાવ પ્રમાણે ઓટર પાણીની સવાટી પર આવે ત્યારે ગમ્મત કરતા હોય તે રીતે ઉછળકૂદ કરે છે. તેને કારણે ક્યારેક ક્યારેક એકાદ ઓટરની ડોક દેખાય,

તો બીજાનું ખૂંધ ને ત્રીજાનું પૂંછડી દેખાય. પાણીની સપાટી પર માનો કે આ રીતે સીધી હરોળમાં તરતાં ત્રણ ઓટરના અલગ અલગ હિસ્સાને એક જ પ્રાણીના શરીરનો ભાગ કલ્પી લેવામાં આવે તો એ જીવ દૈત્ય જેવું જ ભાસે.

લોચનેસના પાણીની સપાટી પર દેખાતો ચિત્રવિચિત્ર આકાર કોઈ દૈત્ય નહીં પરંતુ કોહવાઈ ગયેલા લાકડાના ટુકડા અથવા તે જ ગતિએ પસાર થઈ ગયેલી મોટરબોટની પાછળ પાણીમાં ઊઠતા તરંગો હોઈ શકે એવી દલીલ પણ થઈ છે. કેનેડિયન વિજ્ઞાની વિલિયમ લેહને એવી ચોખવટ કરી કે ગરમીના દિવસોમાં જળાશયના પાણીનું બાષ્પીભવન થતાં વાતાવરણમાં ભળી રહેલી વરાળને કારણે દેખાતા આભાસી દ્રશ્યને લોકોએ વિચિત્ર જીવ માની લીધો હોય તેવું પણ બને.

યુરોપના વૈજ્ઞાનિકોની એક ટુકડીએ વળી એવો રિપોર્ટ આપ્યોકે લોચનેસના પાણીમાંથી બહાર ડોકાતાં આ જીવ ડાયનોસોરના કાળનું જળચર નહીં, પરંતુ બાલ્ટિક સમુદ્રમાં વસવાટ કરનારું સ્ટરગન નામનું જળચર છે. આ જળચર સંવનનકાળમાં તેમ જ બચ્ચાં જણવા સમુદ્રમાંથી મીઠા પાણીના સરોવરમાં પ્રસ્થાન કરી જાય છે. આ પ્રાણી લાંબી ડોક ધરાવે છે તેથી તેનો દેખાવ નેસીને મળતો આવે છે.

લોચનેસમાં દેખાયેલા એ વિચિત્ર જીવ અંગે અનેક વિરોધાભાસી વાતો થતી રહી કંઈકેટલાંય વૈજ્ઞાનિક સંશોધન થયા. હવે આ વાત પર હંમેશ માટે પડદો પડી જશે. સરોવરમાં દૈત્ય કે એવું કોઈ વિચિત્ર પ્રાણી કદી હતું જ નહીં.

લોચનેસ સાથે સંકળાયેલી એ દંતકથા, એ રહસ્યનું જાળું પણ સદાય માટે દૂર થઈ ગયું છે. ઉલટાની ખરી જે વાત પ્રકાશમાં આવી તેનાથી એ સાબિત થઈ ગયું કે નેસી દૈત્યની વાત હડહડજતું જુઠ્ઠાણું હતું, જેને વિક્રમસર્જક ફરેબ કહી શકાય. જોકે ડાયના ટર્નરે આ દૈત્ય જોયો હોવાની વાત કરી એટલે ફરી એકવાર જળ દૈત્યની વાતો થોડા વખત ચર્ચાતી રહેશે.

સંદર્ભ :ઈન્ટરનેટ અને વિકિપીડિયા અને વિવિધ અખબારી અહેવાલ, ભાલચંદ્ર જાની હોટલાઈનગુજરાત સમાચાર (૨૦૧૭)